நான் ஓர் இந்துவாக சாக மாட்டேன்

டாக்டர். அம்பேத்கர்

ரிதம்

ரிதம் வெளியீடு

நான் ஓர் இந்துவாக சாக மாட்டேன்
டாக்டர். அம்பேத்கர் ©

Naan Indhuvaaga Saga Matten
Dr. Ambedhkar ©

1st Edition: Jan 2025
Pages: 32   Price: Rs. 50
ISBN: 978-81-19628-40-7

Published by:
Rhythm Veliyeedu
New No.58, Old No.26/1, 1st Floor,
Alandur Road, Saidapet,
Chennai - 600 015, Tamil Nadu, INDIA
Ph : (044) 2381 0888, 84285 12481
E-mail : senthil@rhythmbooks.in
Web : www.rhythmbooksonline.com

Book Layout & Cover Design
Visual Vinodh - 9500149822

Printed by
Sai Graphics, Royapettah, Ch-14.
Ph:8939858524

பொருளடக்கம்

1. எங்களுடைய இழப்பிற்காக நீங்கள் ஏன் கண்ணீர் சிந்துகிறீர்கள்? 5
2. எனக்கு கண்மூடித்தனமான தொண்டர்கள் தேவையில்லை! 8
3. என்னைப் போன்ற மக்களையே நான் உருவாக்க நினைக்கிறேன்! 11
4. இந்து மதத்தால் யாருமே வாழ முடியாது; அது ஓர் அழிவு மதம்! 14
5. புத்தர் கொள்கைகள் காலத்தால் அழியாதவை! 17
6. புத்தர் சொன்னதைவிட காரல் மார்க்ஸ் வேறு என்ன சொல்லியிருக்கிறார்? 20
7. திராவிடர் இயக்கப் புரட்சி! 23
8. எதிர்காலத்தைப் பற்றிய ஒரு பார்வை... 28

எங்களுடைய இழப்பிற்காக நீங்கள் ஏன் கண்ணீர் சிந்துகிறீர்கள்?

என்னுடைய பவுத்த சகோதரர்களே! நேற்றும் இன்று காலையும் மதமாற்ற (தீக்ஷா) நிகழ்வு நடைபெற்ற இடத்தின் முக்கியத்துவத்தை சிந்தனையாளர்கள் புரிந்து கொள்வது, சற்றுக் கடினமானதாக இருக்கலாம். நாம் இந்தப் பொறுப்பை ஏன் சுமக்க வேண்டும், அதன் தேவை என்ன, அதனுடைய விளைவு என்ன என்பது குறித்து கண்டிப்பாகத் தெரிந்து கொள்ள வேண்டும். இதைப் புரிந்து கொண்டால்தான் நாம் முன்னெடுத்துச் செல்லும் பணியின் அடிப்படையை பலப்படுத்த முடியும்.

இம்மதமாற்ற நிகழ்வுக்காக ஏன் நாக்பூரை தேர்ந்தெடுத்தீர்கள் என்று என்னிடம் பலரும் கேட்டார்கள். இந்நிகழ்வை ஏன் வேறு இடங்களில் நடத்தவில்லை? ஆர்.எஸ்.எஸ். (ராஷ்டிரிய சுவயம் சேவக் சங்) நாக்பூரில் மய்யம் கொண்டிருப்பதால், அவர்களை நெருக்கடிக்கு ஆட்படுத்தும் வகையில், இது இங்கு நடத்தப்பட்டதாக சிலர் கூறினர். இதில் துளியும் உண்மை இல்லை. நாம் எடுத்துக் கொண்ட பணி மிகப் பெரியது. நம் வாழ்வின் ஒவ்வொரு நிமிடம் இதற்குப் போதவில்லை. எனவே, மற்றவர்களை சீண்டிப் பார்க்க எனக்கு நேரம் இல்லை. இந்த இடத்தைத் தேர்வு செய்வதற்கு வேறொரு காரணம் உண்டு. இந்தியாவில் பவுத்தத்தைப் பரப்பியவர்கள் நாகர்களே என்பது, பவுத்த வரலாறு படித்தவர்களுக்குத் தெரிந்திருக்கும். ஆரியர்களைக் கடுமையாக எதிர்த்தவர்கள் நாகர்கள்.

ஆரியர்களுக்கும் ஆரியர் அல்லாதவர்களுக்கும் பல கடுமையான சண்டைகள் நடைபெற்றன. புராணங்களிலும்

ஆரியர்கள் நாகர்களை எரித்துக் கொன்றதற்கு, எண்ணற்ற எடுத்துக்காட்டுகள் இருக்கின்றன.

பல்வேறு காரணங்களுக்காக நாம் அவர்களை (ஆர்.எஸ்.எஸ்.) எதிர்க்கலாம். ஆனால், இந்த இடத்தைத் தேர்வு செய்ததன் நோக்கம், எதிர்ப்பைத் தெரிவிப்பதற்காக அல்ல. இம்மாபெரும் பணியை நான் மேற்கொண்டதற்காக, பல்வேறு மக்களும் பத்திரிகைகளும் என்னை விமர்சிக்கின்றனர். சில விமர்சனங்கள் மிகவும் கடுமையானதாக இருக்கிறது. நான் ஏழை தீண்டத்தகாத மக்களைத் தவறான பாதைக்கு அழைத்துச் செல்வதாக அவர்கள் கருதுகிறார்கள். மதமாற்றத்தால் அவர்களுடைய உரிமைகளை அவர்கள் இழக்க நேரிடும் என்று நம்முடைய சமூகத்தைச் சார்ந்த மக்களே தவறான பிரச்சாரங்களை செய்கிறார்கள். நம்மில் படிப்பறிவில்லாத மக்களை பழைய பழக்கவழக்கங்களையே பின்பற்றும்படி அவர்கள் அறிவுறுத்துகிறார்கள்.

கடந்த காலங்களில் நாம் இறைச்சி சாப்பிடக் கூடாது என்பதற்காகவே ஓர் இயக்கம் இருந்தது. தீண்டத்தகுந்தவர்கள் எருமை மாட்டின் பாலை குடிப்பார்களாம். ஆனால், அந்த எருமை இறந்துவிட்டால் அதை நாம் சுமந்து சென்று அடக்கம் செய்ய வேண்டுமாம். இது, கேலிக்கூத்தாக இல்லையா? “கேசரி” என்ற பத்திரிகையில் முன்பொரு முறை, “சில கிராமங்களில் ஒவ்வொரு ஆண்டும் 50 மாடுகள் இறப்பதாகவும் அந்த மாட்டினுடைய கொம்பு, இறைச்சி, எலும்பு மற்றும் வால் பகுதியை விற்பதன் மூலம் தீண்டத்தகாத மக்கள் 500 ரூபாய் சம்பாதிக்க முடியும்” என்றும் எழுதியிருந்தனர்.

ஒரு முறை நான் சங்கம்நேர் என்ற ஊருக்கு ஒரு கூட்டத்திற்குச் சென்றிருந்தேன். அப்பொழுது “கேசரி” பத்திரிகையின் செய்தியாளர் என்னிடம் ஒரு சீட்டைக் கொடுத்து கேட்டார் : “நீங்கள் உங்கள் மக்களை செத்த மிருகங்களை சுமக்க வேண்டாமென்று அறிவுறுத்துகிறீர்கள் அவர்கள் எவ்வளவு ஏழ்மையில் உழலுகிறார்கள்! அவர்களுடைய பெண்களுக்கு உடுத்த புடவையோ, அணிந்து கொள்ள “ஜாக்கெட்டோ” கூட இல்லை. அவர்களுக்கு உணவு ல்லை, நிலம் இல்லை. இவ்வளவு அவலமான நிலையில் வாழும் இம்மக்கள், செத்த மாட்டைத் தூக்கி அதன் மூலம்

அய்நூறு ரூபாய் சம்பாதிப்பதை மறுக்கின்றீர்களே! இது உங்கள் மக்களுக்கு மாபெரும் இழப்பில்லையா?"

நான் அவரைக் கேட்டேன். உங்களுக்கு எத்தனைக் குழந்தைகள்? நீங்கள் மொத்தம் எவ்வளவு பேர்? "எனக்கு அய்ந்து குழந்தைகள்" என்றும், "என்னுடைய அண்ணனுக்கு ஏழு குழந்தைகள்" என்றும் அவர் பதிலளித்தார். நான் சொன்னேன்: அப்படி எனில் உங்கள் குடும்பம் மிகப் பெரியது. எனவே, நீங்களும் உங்கள் உறவினர்களும் இந்த கிராமத்தில் செத்துப் போகும் அனைத்து மிருகங்களையும் சுமந்து செல்வதன் மூலம் ஒவ்வொரு ஆண்டும் அய்நூறு ரூபாய் உங்களுக்கு கிடைக்கும். நானும் ஒரு அய்நூறு ரூபாய் உங்களுக்குத் தருகிறேன். என்னுடைய மக்கள் உணவுக்கும் உடைக்கும் என்ன செய்வார்கள் என்பதை நான் பார்த்துக் கொள்கிறேன். ஆனால், நீங்கள் ஏன் இதை செய்யக் கூடாது. நீங்கள் இதை செய்தால், அது உங்களுக்கு மிகுந்த பயனை அளிக்குமல்லவா? எனவே, செத்த மிருகங்களை இனி நீங்கள் தூக்குங்கள்.

ஒரு பார்ப்பன சிறுவன் நேற்று என்னிடம் வந்து கேட்டான். உங்களுக்கு நாடாளுமன்றத்திலும், சட்டப் பேரவைகளிலும் இடஒதுக்கீடு அளிக்கப்படுகிறதே, அதை ஏன் நீங்கள் கைவிடுகிறீர்கள்? நான் சொன்னேன், நீ "மகர்" ஆக மாறி நாடாளுமன்ற, சட்டப் பேரவைகளில் உள்ள இடங்களைக் கைப்பற்றிக் கொள். பார்ப்பனர்கள் இடஒதுக்கீட்டைப் பயன்படுத்திக் கொள்வதற்காக, ஏன் "மகர்"களாக மாற மறுக்கிறார்கள்? நான் அவர்களிடம் கேட்க விரும்பும் கேள்வி இதுதான் : எங்களுடைய இழப்பிற்காக நீங்கள் ஏன் கண்ணீர் சிந்துகின்றீர்கள்? உண்மையில் ஒரு மனிதனுக்கு சுயமரியாதைதான் தேவையே ஒழிய, பொருளாதாரப் பயன்கள் அல்ல.

★

எனக்கு கண்மூடித்தனமான தொண்டர்கள் தேவையில்லை!

நாங்கள் மனித மாண்பு காக்கவும், சுயமரியாதைக்காகவுமே போராடுகிறோம். மனிதனை ஒரு முழு மனிதனாக மாற்றுவதற்காக, நாங்கள் எந்தத் தியாகத்தையும் செய்யத் தயாராக இருக்கிறோம். இந்தப் பத்திரிகையாளர்கள், கடந்த நாற்பதாண்டுகளாக என்னை வதைத்துக் கொண்டிருக்கிறார்கள். அவர்கள் இன்றுவரை என்னை எவ்வளவு மோசமாக சித்தரிக்கிறார்கள் தெரியுமா? அவர்கள் இனியாவது இந்த முட்டாள்தனத்தைக் கைவிட்டு, நேர்மையுடன் சிந்திக்க வேண்டுமென்று கேட்டுக் கொள்கிறேன்.

பவுத்தம் தழுவிய பிறகும் நான் அனைத்து அரசியல் உரிமைகளையும் உங்களுக்குப் பெற்றுத் தருவேன் என்று உறுதி அளிக்கிறேன். என்னுடைய மறைவுக்குப் பிறகு என்ன நடக்கும் என்று எனக்குத் தெரியாது. இந்த இயக்கத்திற்காக நாம் கூடுதலாகப் போராட வேண்டும். பவுத்தத்தை தழுவிய பிறகு ஏற்படும் இன்னல்களை, எப்படித் தீர்ப்பது என்பது குறித்து நான் உங்களுக்குச் சொல்கிறேன். இதை எதிர் கொள்வதற்கு என்ன விதமான முயற்சிகளை செய்ய வேண்டும் என்பது குறித்தும் நான் முழுமையாக சிந்தித்து விட்டேன். என்னிடம் ஏராளமான தீர்வுகள் உள்ளன. நான் எம் மக்களுக்கான உரிமைகளைப் பெற்றுத் தருவேன். என்னிடம் நீங்கள் நம்பிக்கை கொள்ளுங்கள். எனக்கு எதிரானப் பிரச்சாரத்தில் எந்த உண்மையும் இல்லை.

ஒரு விஷயத்தைக் கண்டு நான் வியப்படைகிறேன். எங்கு பார்த்தாலும் விவாதங்கள் நடைபெறுகின்றன. ஆனால், நான் ஏன் பவுத்தத்தைத் தழுவினேன் என்று ஒருவர்கூட

கேட்கவில்லை. நான் ஏன் இந்த மதத்தைத் தவிர வேறு மதத்தைத் தழுவவில்லை என்று எவரும் கேட்கவில்லை. இந்த முக்கிய அடிப்படைக் கேள்விதான் மதமாற்ற இயக்கத்திற்கு அடிப்படையான கேள்வியாகும். மதம் மாறும்போது, அது பரிசோதனைக்கு உட்படுத்தப்பட வேண்டும். எந்த மதம், ஏன் அது தழுவப்பட வேண்டும்? *1935* ஆம் ஆண்டு இயோலாவில் இந்துமதத்தை விட்டொழிப்பதற்காக ஓர் இயக்கத்தைத் தொடங்குவதாகத் தீர்மானிக்கப்பட்டது.

நீண்ட நாட்களுக்கு முன்பே நான் கூறினேன். "நான் இந்துவாகப் பிறந்தாலும் ஒருபோதும் இந்துவாக சாக மாட்டேன்" நேற்று அதை நிரூபித்தும் காட்டினேன். நான் தற்பொழுது மிகுந்த மகிழ்ச்சியில் திளைத்திருக்கிறேன். நான் ஒரு கொடூரத்திலிருந்து விடுதலை பெற்றிருக்கிறேன். எனக்கு கண்மூடித்தனமான தொண்டர்கள் தேவை இல்லை. பவுத்தத்தை தழுவ விரும்புகிறவர்கள், அதை முழுமையாக ஏற்றுக் கொள்ள வேண்டும். அவர்களின் உள்ளுணர்வு அந்த மதத்தை ஒப்புக் கொள்ள வேண்டும்.

மனித இனத்தின் முன்னேற்றத்திற்கு மதம் இன்றியமையாததாகிறது. எனக்குத் தெரியும், ஒரு பிரிவினர் காரல் மார்க்சை படித்த பிறகு, மதம் தேவையற்றது என்று கருதுகிறார்கள். அவர்களுக்கு மதத்தின் முக்கியத்துவம் தெரியவில்லை. அவர்கள் காலையில் எழுந்து காலை உணவை ரொட்டி, வெண்ணெய், கோழிக்கறி போன்றவைகளை சாப்பிட்டு நன்றாகத் தூங்கி, திரைப்படங்களைப் பார்த்து அத்துடன் அவர்களுடைய அந்த நாள் முடிவடைகிறது. இதுதான் அவர்களுடைய கொள்கை. என்னுடைய கொள்கை அதுவல்ல. என்னுடைய தந்தை ஏழை, எனக்கு அத்தகைய வசதிகள் கிடையாது. நான் என்னுடைய வாழ்க்கையில் துன்புற்றதைப்போல யாரும் துன்புற்றிருக்க முடியாது. எனவே, ஒரு மனிதனுடைய வாழ்க்கையில் வசதிகள் இல்லையென்றால், அவன் எவ்வளவு துன்பப்படுவான் என்பதை என்னால் உணர முடியும். பொருளாதார மேம்பாட்டிற்கான ஓர் இயக்கம் தேவை என்பதை நான் அறிவேன். நான் அந்த இயக்கத்திற்கு எதிரானவன் அல்ல. மனிதன் பொருளா தாரத்தில் முன்னேற வேண்டும்.

ஆனால், இவ்விஷயத்தில் நான் ஒரு முக்கிய வேறுபாட்டைக் காண்கிறேன். எருமை மாட்டிற்கும் மனிதனுக்கும் வேறுபாடு உண்டு. எருமை மாட்டுக்கு தினமும் புண்ணாக்கு தேவை. மனிதனுக்கும் உணவு தேவை. ஆனால், இவை இரண்டிற்கும் உள்ள வேறுபாடு என்னவெனில், எருமைக்கு அறிவு இல்லை. மனிதனுக்கு உடலும் அறிவும் இருக்கிறது. எனவே, இவை இரண்டு குறித்தும் அவன் சிந்திக்க வேண்டும். அவனுடைய அறிவு பண்படுத்தப்பட வேண்டும். மனிதனுக்கும் பண்பட்ட மனிதனுக்கும், உணவைத் தவிர வேறு எந்த உறவும் இல்லை என்று நினைக்கும் மக்களுடனும் நாட்டுடனும் உறவு வைத்துக் கொள்வதில் எனக்கு விருப்பம் இல்லை. மக்களோடு உறவு வைத்துக் கொள்ள மனிதனுக்கு நல்ல உடலும், அந்த உடலைப் பேணுவதற்கு அறிவையும் பண்படுத்த வேண்டும். இல்லையெனில் மனித இனம் முன்னேறியதாகச் சொல்ல முடியாது.

ஒரு மனிதனின் உடல் அல்லது மனம் ஏன் பாதிக்கப்படுகிறது? ஒன்று அவன் நோய்வாய்ப்பட்டிருக்க வேண்டும் அல்லது அவன் மனது புத்துணர்ச்சியின்றி இருக்க வேண்டும். மனதில் புத்துணர்ச்சி இல்லையெனில், அங்கு முன்னேற்றம் இருக்க முடியாது. அவனுக்கு ஏன் புத்துணர்ச்சி இல்லை. இதற்கான முதல் காரணம், மனிதன் எந்த வாய்ப்புகளும் வழங்கப்படாமல் வைக்கப்பட்டிருக்கிறான் அல்லது அவன் முன்னேற எந்தவித நம்பிக்கையுமின்றி வைக்கப்பட்டிருக்கிறான். இத்தகு சூழலில், அவன் எப்படிப் புத்துணர்வோடு இயங்க முடியும்? அவன் நோயுற்றே கிடக்கிறான். தன்னுடைய உழைப்புக்குரிய பயன் கிட்டும்போதுதான் அவன் புத்துணர்வு பெறுகிறான்.

★

என்னைப் போன்ற மக்களையே நான் உருவாக்க நினைக்கிறேன்!

ஒரு பள்ளியின் ஆசிரியர், ஒரு 'மகர்' மாணவனைப் பார்த்து, 'ஏய் யார் நீ? இந்த ஜாதியைச் சார்ந்தவன் முதல் வகுப்பில் தேர்ச்சி பெற முடியுமா? உனக்கு எதற்கு முதல் வகுப்பு? நீ மூன்றாம் வகுப்பிலேயே இரு. முதல் வகுப்பெடுப்பது பார்ப்பனருடைய வேலையல்லவா?' என்று கேட்டால், அந்த மாணவன் என்ன விதமான புத்துணர்வை பெற முடியும்? அவன் எப்படி முன்னேற முடியும்? புத்துணர்வை உருவாக்குவதற்கான அடிப்படை அவனுடைய மனதில் உருவாக்கப்பட வேண்டும். உடலாலும் மனதாலும் ஆரோக்கியமாக இருந்து அதன் மூலம் துணிவாகவும் தன்னம்பிக்கையுடனும் வெற்றி பெறும்போதுதான் அவன் புத்துணர்வு பெற முடியும். ஆனால், தாழ்வு மனப்பான்மையை இந்து மதம் அவனுள் புகுத்தியிருக்கிறது. அது ஒருபோதும் புத்துணர்வை வளர்க்காது. இத்தகைய தாழ்வு மனப்பான்மையும், புத்துணர்வின்மையும் பல ஆயிரம் ஆண்டுகளாக அவன் மீது திணிக்கக்கூடிய அளவுக்கு சூழல்கள் அமைந்திருக்கின்றன. இத்தகைய மனிதர்கள் 'கிளார்க்' வேலைகள் மூலம் தங்கள் வயிற்றைத்தான் நிரப்பிக் கொள்ள முடியும். வேறு என்ன நடக்கும்?

மனிதனின் புத்துணர்வுக்குப் பின்னால் இருப்பது அவனுடைய உள்ளம். ஆலைகளின் உரிமையாளர்களை உங்களுக்குத் தெரிந்திருக்கும். அவர்கள் தங்களுடைய ஆலைகளுக்கு மேலாளர்களை நியமித்து, தங்கள் ஆலைகளை நடத்துகிறார்கள். இந்த ஆலை உரிமையாளர்கள் பல்வேறு தீய பழக்கங்களுக்கு ஆட்பட்டு, அவர்கள் பண்படாதவர்களாகவே இருந்து வருகிறார்கள். நாம் தொடங்கியிருக்கும் இந்த இயக்கம், உங்கள் மனதில் புத்துணர்வை ஏற்படுத்தக்கூடிய பணியை

செய்கிறது. அதன் பிறகு கல்வி அளிக்கப்பட வேண்டும். நான் கல்வி கற்கத் தொடங்கியபோது கிழிந்த துணிகளையே உடுத்தியிருந்தேன். பள்ளியில் எனக்கு குடிப்பதற்கு தண்ணீர்கூட கிடைக்காது. பல நாட்கள் தண்ணீர் இன்றி நான் பள்ளியில் இருந்திருக்கிறேன். பம்பாயில் உள்ள எல்பின்ஸ்டன் கல்லூரியிலும் இதே சூழல்தான் நிலவியது. இத்தகைய சூழலில் வேறு எந்த மாதிரியான நிலைமைகளை உருவாக்க முடியும்? வெறும் கிளார்க்குகளைத்தான் உருவாக்க முடியும்.

நான் டெல்லி வைசிராய் குழுவில் இருந்தபோது லின்லித்கோதான் வைசிராயாக இருந்தார். 'முஸ்லிம்களுக்கு கல்வி அளிக்க அலிகார் பல்கலைக்கு வழக்கமான செலவுகளோடு கூடுதலாக மூன்று லட்சம் ரூபாய் செலவழியுங்கள். அதேபோல, மூன்று லட்ச ரூபாயை இந்து பனாரஸ் பல்கலைக்கு வழங்குங்கள். ஆனால், நாங்கள் இந்துக்களோ முஸ்லிம்களோ அல்ல. நீங்கள் எங்களுக்கு ஏதாவது செய்ய வேண்டும் என்று நினைத்தால், அவர்களுக்கு செய்ததைப் போல ஆயிரம் மடங்கு அதிகமாக செய்ய வேண்டும். முஸ்லிம்களுக்கு செய்கின்ற அளவுக்காவது எங்களுக்கு செய்யுங்கள்' என்று சொன்னேன். அதற்கு லின்லித்கோ, நீ என்ன சொல்வதாக இருந்தாலும் அதை எழுதிக் கொடு என்று சொல்லிவிட்டார். எனவே, அதை அப்படியே நான் ஒரு கோரிக்கை மனுவாகத் தயாரித்தேன். அந்த நகல் என்னிடம் அப்படியே இருக்கிறது. அய்ரோப்பியர்கள் மிகவும் கருணை உள்ளவர்கள். அவர்கள் என்னுடைய வரைவுத் திட்டத்தை ஏற்றுக் கொண்டார்கள்.

ஆனால், எந்த வேலைக்காக அந்தப் பணம் செலவழிக்கப்பட வேண்டும் என்பதுதான் பிரச்சினை. நமது பெண்கள் கல்வி கற்கவில்லை என்பதால், அவர்களுக்கு கல்வி வழங்க வேண்டும் என்று அவர்கள் எண்ணினார்கள். அவர்களுக்கென்று விடுதிகள் தொடங்கப்பட்டன. அதற்காக பணம் செலவழிக்கப்பட்டது. நம்முடைய பெண்களுக்கு கல்வி வழங்கப்பட்டு அதன் மூலம் அவர்கள் படித்த பிறகு, வீட்டில் பல்வேறு வகையான உணவுகளை தயாரிப்பது யார்? அவர்களுடைய கல்வியின் ஒட்டு மொத்த விளைவு என்ன? அரசு பல்வேறு பிரிவுகளின் கீழ் பணத்தை செலவழித்தது. ஆனால், கல்விக்காக பணத்தை அவர்கள் செலவழிக்கவில்லை.

எனவே, நான் ஒரு நாள் லார்ட் லின்லித்கோவிடம் சென்று கல்விக்காக ஒதுக்கப்பட்ட தொகை என்னவாயிற்று என்று கேட்டேன். மேலும் நீங்கள் கோபப்படவில்லையென்றால், நான் உங்களிடம் ஒரு கேள்வியை கேட்க விரும்புகிறேன். 'நான் மட்டுமே அய்ம்பது பட்டதாரிகளுக்கு சமமானவன் இல்லையா?' என்றேன். அவர் அதை ஏற்றுக் கொள்ள வேண்டியிருந்தது. மீண்டும் நான் அவரிடம் கேட்டேன். இதற்கு என்ன காரணம்? 'எனக்கு அதற்கான காரணம் தெரியவில்லை' என்றார். என்னுடைய படிப்பு அவ்வளவு மகத்தானது. என்னால் அரண்மனையின் உச்சியில் அமர முடியும். என்னைப் போன்ற மக்களைத்தான் நான் உருவாக்க நினைக்கிறேன். நம்முடைய மக்கள் பாதுகாக்கப்பட வேண்டிய வகையில் அறிவார்ந்த மாணவர்கள் உருவாக்கப்பட வேண்டும். வெறும் எழுத்தரால் என்ன செய்ய முடியும்? நான் சொன்ன அந்த நிமிடமே லார்ட் லின்லித்கோ ஒப்புக் கொண்டு, பதினாறு மாணவர்களை உயர் படிப்புக்காக இங்கிலாந்துக்கு அனுப்பினார். இந்தப் பதினாறு பேரில் சிலர் அரைவேக்காடுகளாகவும் சிலர் முழு அறிவாளிகளாகவும் இருக்கக் கூடும். அது வேறு பிரச்சினை. ஆனால், அதன் பிறகு சி. ராஜகோபாலாச்சாரி, இத்தகு உயர் கல்வித் திட்டத்தையே ரத்து செய்துவிட்டார்.

★

இந்து மதத்தால் யாருமே வாழ முடியாது; அது ஓர் அழிவு மதம்!

இந்த நாட்டில் நிலவும் இத்தகைய சூழல், புத்துணர்வற்ற நிலையை இனி ஆயிரம் ஆண்டு காலத்திற்கு அளித்துவிடும். இந்தச் சூழல் நிலவும் வரை, நம்முடைய முன்னேற்றத்திற்கானப் புத்துணர்வு ஒருபோதும் கிடைக்காது. இந்த மதத்திலிருந்து கொண்டு நாம் இதை எதிர்கொள்ளவே முடியாது. மநுஸ்மிருதியில் சதுர் வர்ணம் இருக்கிறது. சதுர்வர்ண அமைப்பு முறை மனித இனத்தின் முன்னேற்றத்திற்கு மாபெரும் ஊறு விளைவிக்கக் கூடியது. சூத்திரர்கள் அனைத்து வகையான இழிவான பணிகளைத்தான் செய்ய வேண்டும் என்று மநுஸ்மிருதி கூறுகிறது. அவர்களுக்கு ஏன் கல்வி அளிக்கப்பட வேண்டும்? பார்ப்பனர்கள்தான் கல்வி கற்க வேண்டும். சத்ரியன் ஆயுதங்களை எடுக்க வேண்டும். வைசியர்கள் வணிகம் செய்ய வேண்டும். ஆனால், சூத்திரர்கள் தொண்டூழியம் செய்ய வேண்டும். இந்த அமைப்பு முறையை யார் அழித்தொழிப்பது? இந்த அமைப்பு முறையில், பார்ப்பனன், சத்ரியன், வைசியன் எல்லோருக்கும் ஏதோ ஒரு வகை பயன் இருக்கிறது. ஆனால், சூத்திரர்களுக்கு என்ன இருக்கிறது? இந்த மூன்று வர்ணத்தைத் தவிர, பிற சாதியினருக்குப் புத்துணர்வு எப்படி வரும்? சதுர்வர்ண முறை என்பது ஒரு வழக்கமல்ல. அதிலிருந்து தப்பித்துக் கொள்ளவே முடியாது, அதுதான் மதம்.

இந்து மதத்தில் சமத்துவம் இல்லை. நான் ஒரு முறை காந்தியை சந்தித்தபோது, அவர் சொன்னார், ‘நான் சதுர்வர்ணத்தை நம்புகிறேன்.’ நான் சொன்னேன்: உங்களைப் போன்ற

'மகாத்மா'க்கள்தான் சதுர்வர்ணத்தை நம்புகிறார்கள். ஆனால், இந்த சதுர்வர்ணம் என்பது என்ன? சதுர்வர்ணம் என்பது மேல் அல்லது கீழ் என்று உள்ளது. அது எங்கு தொடங்கி எங்கு முடிகிறது? இந்தக் கேள்விக்கு காந்தி பதில் சொல்லவில்லை. அவர் என்ன பதில் சொல்ல முடியும்? நம்மை அழித்தவர்களும் இந்த மதத்தால் அழிக்கப்படுவார்கள். நான் தேவையில்லாமல் இந்து மதத்தைக் குற்றம் சொல்லவில்லை. இந்து மதத்தால் யாருமே வாழ முடியாது; அந்த மதமே ஓர் அழிவு மதம்.

இந்து மதத்தில் படிநிலைப்படுத்தப்பட்ட சாதி முறையில், மேலிருக்கும் வர்ணத்தைச் சார்ந்தவர்கள்தான் பயன் பெற்றார்கள். மற்றவர்களுக்கு என்ன பயன்? ஒரு பார்ப்பனப் பெண் குழந்தை பெற்றால், அவருடைய மனம் ஓர் உயர் நீதிமன்ற நீதிபதி பதவி எப்பொழுது காலியாகும் என்பது பற்றி சிந்திக்கிறது. ஆனால், இதற்கு நேர் மாறாக நம்முடைய துப்புரவுத் தொழிலாளர் பெண்மணி குழந்தை பெறும்போது, அரசாங்கத்தில் ஒரு துப்புரவுப் பணி எப்பொழுது காலியாகும் என்று நினைக்கிறார். இந்து மதத்தின் வர்ண அமைப்பு முறை தான் இத்தகைய விந்தையான சமூக அமைப்புக்கு காரணம். இதிலிருந்து என்ன வகையான மேம்பாட்டை நாம் காண முடியும்? பவுத்த மதத்தின் மூலமே நீங்கள் எதையும் சாதிக்க முடியும்.

பவுத்த மதத்தில் 75 சதவிகித பிக்குகள் பார்ப்பனர்களாக இருந்தார்கள். 25 சதவிகிதம் சூத்திரர்களும் மற்றவர்களும் இருந்தனர். ஆனால், புத்தர் சொன்னார் 'பிக்குகளே! நீங்கள் பல்வேறு நாடுகளிலிருந்தும் பல்வேறு சாதிகளிலிருந்தும் வந்திருக்கிறீர்கள். அந்தந்தப் பகுதிகளில் ஓடும் ஆறுகள் தனித்தனியாகப் பெயரிட்டு அழைக்கப்பட்டாலும், அவை கடலில் சங்கமிக்கும்போது, தங்களின் அடையாளத்தை இழந்து விடுகின்றன. அவை ஒன்றாகக் கலந்து விடுகின்றன. பவுத்த சங்கம் கடலைப் போன்றது. இந்த சங்கத்தில் அனைவரும் சமம். எல்லாரும் கடலில் கலந்த பிறகு கங்கை நதி தண்ணீரையோ, மகாநதி தண்ணீரையோ தனியாக அடையாளப்படுத்திப் பார்க்க முடியாது. அதேபோல, நாம் பவுத்த சங்கத்தில் சேர்ந்த பிறகு நாம் நம்முடைய சாதிகளை இழந்து சமமாகிறோம்.' இத்தகைய சமத்துவத்திற்கான கொள்கைப் பிரச்சாரத்தை மாமனிதர் புத்தர் மட்டுமே செய்தார்.

சிலர் என்னைக் கேட்கிறார்கள்: மதம் மாறுவதற்கு இவ்வளவு நாட்களாக நீங்கள் என்ன செய்து கொண்டிருந்தீர்கள்? இது ஒரு முக்கியமான கேள்வி. ஒரு மதத்தை வலியுறுத்துவது அவ்வளவு எளிதான செயல் அல்ல. அது தனி ஒரு மனிதனின் பணியும் அல்ல. மதத்தைப் பற்றி சிந்திக்கும் யாரும் இதைப் புரிந்து கொள்ள முடியும். உலகில் யாரும் சுமக்காத அளவுக்கு நான் பாரத்தை சுமந்து கொண்டிருக்கிறேன். நான் நீண்ட நாட்கள் வாழ்ந்தால், நான் திட்டமிட்ட இந்தப் பணியை முடித்தே தீருவேன். ஒரு மகர் பவுத்தராக மாறினால் என்ன நடக்கும் என்று சிலர் கேட்கிறார்கள். நீங்கள் இவ்வாறு கேட்கக் கூடாது. அது ஆபத்தானது. உயர்ந்த மதம் தேவையில்லாமல் வசதியான வகுப்பினருக்கு மதம் தேவையில்லாமல் இருக்கலாம். அவர்களுக்கு பெரிய பங்களாக்களும், அவர்களுக்கு வேலை செய்ய வேலையாட்களும், பணமும், சொத்தும், மரியாதையும் கிடைக்கும். இத்தகைய மனிதர்கள் மதத்தைப் பற்றி சிந்திக்க வேண்டியதில்லை. ஆனால், ஏழை மக்களுக்கு மதம் தேவையாக இருக்கிறது. ஒடுக்கப்பட்ட மக்களுக்கு மதம் தேவையாக இருக்கிறது. ஏழை மனிதன் நம்பிக்கையில்தான் வாழ்கிறான். அவனுடைய வாழ்க்கையின் வேரே நம்பிக்கைதான். அந்த நம்பிக்கையை அவன் இழக்க நேரிட்டால், அவனுடைய வாழ்க்கை என்னவாகும்? மதம் ஏழை மற்றும் ஒடுக்கப்பட்ட மக்கள் பயப்படாமல் இருக்க, நம்பிக்கையான வாழ்க்கையை அளிக்கிறது. எனவேதான் ஏழை ஒடுக்கப்பட்ட மக்கள், மதத்தின்பால் ஈர்க்கப்படுகிறார்கள்.

★

புத்தர் கொள்கைகள் காலத்தால் அழியாதவை!

கிறித்துவ மதம் அய்ரோப்பாவில் நுழைந்தபோது ரோம் மற்றும் அதைச் சுற்றியுள்ள நாடுகள் பெரும் துன்பத்தில் இருந்தன. மக்களுக்குப் போதிய உணவு கிடைக்கவில்லை. அந்நேரத்தில் ஏழை மக்களுக்கு "கிச்சடி" உணவு வழங்கப்பட்டது. கிறித்துவை யார் பின்பற்றினார்கள்? ஏழைகளும் ஒடுக்கப்பட்ட மக்களும்தான் பின்பற்றினார்கள். ஏழைகளும் அடித்தள வகுப்பினருமே கிறித்துவர்களாக மாறினார்கள். "பிச்சைக்காரரர்களின் மதமே கிறித்துவம்" என்று கிப்பன் கூறுகிறார். கிப்பன் தற்போது உயிருடன் இருந்தால், அய்ரோப்பாவில் உள்ள அனைவருடைய மதமாக கிறித்துவம் எப்படி மாறியது என்றும் கூறியிருப்பார்.

பவுத்தம் 'மகர்' மற்றும் 'மாங்கு'களின் மதம் என்று சிலர் சொல்லலாம். பார்ப்பனர்கள் கவுதமரை 'போ கவுதம்' அரே கவுதம்' என்று அழைத்து புத்தரை கேலி செய்தனர். அவர்கள் ஒன்றைப் புரிந்து கொள்ள வேண்டும். ராமன், கிருஷ்ணன், சங்கரன் போன்ற சிலைகள் எல்லாம் வெளிநாடுகளில் விற்கப்பட்டால், எந்தளவுக்கு விற்கப்படும் என்பதைத் தெரிந்து கொள்ள வேண்டும். இதற்கு மாறாக,புத்தருடைய சிலை விற்பனைக்கு வைக்கப்பட்டால், அங்கு ஒரு சிலைகூட எஞ்சியிருக்காது. இந்தியாவில் எவ்வளவோ விஷயங்கள் இருந்தாலும், உலகில் உள்ளவர்களுக்கு புத்தரை மட்டும்தான் தெரியும்!

நாங்கள் எங்கள் பாதையைப் பின்பற்றுகிறோம். நீங்கள் உங்கள் பாதையை பின்பற்றிக் கொள்ளுங்கள். நாங்கள் ஒரு புது வழியை கண்டறிந்திருக்கிறோம். இன்றைய நாள் நம்பிக்கைக்குரிய நாள். இந்த வழி - மேம்பாட்டிற்கான,

முன்னேற்றத்திற்கான வழி. இது ஒன்றும் புதிய பாதையும் அல்ல. இந்தப் பாதையை நாங்கள் எங்கிருந்தும் கடனாகப் பெறவில்லை. இந்தப் பாதை இங்குள்ள பாதைதான். அது முழுக்க முழுக்க இந்தியாவின் பாதைதான். இந்தியாவில் பவுத்த மதம் இரண்டாயிரமாண்டுகளாக நீடித்திருந்தது. உண்மையில் சொல்லப் போனால், நாம் முன்பே பவுத்தத்தை ஏன் தழுவவில்லை என்பதற்காக வருந்துகிறோம். புத்தர் வலியுறுத்திய கொள்கைகள் காலத்தால் அழியாதவை. ஆனால், புத்தர் இதை ஏற்றுக் கொள்ளவில்லை. காலம் மாற மாற, கொள்கையிலும் மாற்றம் காண வழியிருக்கிறது என்றார் அவர். இத்தகையதொரு பெருந்தன்மையை வேறு மதத்தில் காண முடியாது.

பவுத்த மதம் அழிவதற்கான முக்கியக் காரணமாக முஸ்லிம்களின் படையெடுப்பைக் குறிப்பிடலாம். முஸ்லிம்கள் தங்கள் படையெடுப்பின்போது புத்தருடைய சிலைகளை அழித்தார்கள். பவுத்த மதத்தின் மீதான முதல் தாக்குதல் இது. அவர்களின் படையெடுப்பைக் கண்டு அஞ்சி பவுத்த பிக்குகள் வெளியேறினர். சிலர் திபெத்துக்கும் சிலர் சீனாவிற்கும் சிலர் பிற இடங்களுக்கும் தப்பிச் சென்றனர். மதத்தைப் பாதுகாக்க பொதுமக்கள் தேவை. வடமேற்குப் பகுதியில் “மிலிந்தா” என்ற மாபெரும் அரசன் இருந்தான். இந்த அரசன் எப்பொழுதும் விவாதங்களையே நடத்திக் கொண்டிருப்பான். அவன் இந்துக்களிடம் தன்னுடன் விவாதிப்பதற்கு யாராவது இருந்தால், அவர்களை தன்னுடன் வந்து விவாதிக்கச் சொல்லி வலியுறுத்துவான். அவன் எழுப்பிய பல்வேறு விவாதங்களுக்கு பதில் சொல்ல முடியாமல் போய்விட்டது. ஒரு முறை அந்த அரசன் பவுத்த மக்களோடு விவாதம் புரிய எண்ணினான். யாராவது ஒரு பவுத்தரை விவாதத்திற்கு அழைத்து வருமாறு கூறினான். பவுத்தர்கள் நாகசேனனை அழைத்து, தங்களைப் பிரதிநிதித்துவப்படுத்தி இந்த விவாதத்தில் பங்கேற்கும்படி அழைத்தனர்.

நாகசேனன் படித்தவர். முதலில் அவர் ஒரு பார்ப்பனராக இருந்தவர். நாகசேனனுக்கும் மிலிந்தனுக்கும் இடையில் என்ன விவாதம் நடைபெற்றது என்பதை நூலின் மூலம் அனைவரும் அறிவோம். அந்த நூலின் பெயர் “மிலிந்தா பான்கா”. மிலிந்தா கேள்வியை எழுப்பினான். இந்த மதம்

ஏன் அழிந்தது? ஒரு இதற்கு பதிலளித்த நாகசேனன் மூன்று காரணங்களைக் கூறினார். முதல் காரணம், குறிப்பிட்ட அந்த மதம் முதிர்ச்சியற்றது. அந்த மதத்தின் அடிப்படைக் கொள்கைகள் ஆழமற்று இருந்தன. அது ஒரு தற்காலிக மதமாக இருந்ததால், அது குறுகிய காலமே வாழ்ந்தது. இரண்டாவது காரணம், படித்த மதப் பிரச்சாரகர்கள் இல்லையெனில் இந்த மதம் அழிந்துவிடும். படித்த நபர்கள் மதத்தின் கொள்கையைப் பரப்ப வேண்டும். அந்த மதத்தின் பிரச்சாரகர்கள் எதிரியுடன் விவாதத்திற்கு தயாராக இல்லாதபொழுது, அந்த மதம் அழிந்துவிடும். மூன்றாவது காரணம், அந்த மதமும் கொள்கைகளும் படித்த மக்களுக்காக மட்டுமே இருந்தது. சாதாரண மக்களுக்கு கோயில்களும், வழிபடும் இடங்களும் உள்ளன. அவர்கள் அங்கு சென்று இயற்கையை மீறிய சக்தியை வணங்குகின்றனர்.

பவுத்தத்தை தழுவும்பொழுது, இந்த காரணங்களை நாம் மனதில் கொள்ள வேண்டும். பவுத்த மதக் கொள்கைகள் தற்காலிகமானவை என்று யாரும் சொல்லிவிட முடியாது. இன்று 2500 ஆண்டுகளுக்குப் பிறகும் ஒட்டுமொத்த உலகமும் அனைத்து பவுத்த கொள்கைகளையும் மதிக்கிறது.

★

புத்தர் சொன்னதைவிட காரல் மார்க்ஸ் வேறு என்ன சொல்லியிருக்கிறார்?

அமெரிக்காவில் இரண்டாயிரம் பவுத்த நிறுவனங்கள் இருக்கின்றன. இங்கிலாந்தில் மூன்று லட்ச ரூபாய் செலவில் பவுத்த விகார் ஒன்று கட்டப்பட்டுள்ளது. ஜெர்மனியிலும்கூட மூன்றாயிரத்திலிருந்து நான்காயிரம் பவுத்த நிறுவனங்கள் உள்ளன. புத்தரின் கொள்கைகள் காலத்தால் அழிக்க முடியாதவை. இது கடவுளின் மதம் என்று புத்தர் ஒருபோதும் சொன்னதில்லை. புத்தர் தனது தந்தையை சாதாரண மனிதர் என்றும், தாயை சாதாரண பெண்மணி என்றும் கூறியுள்ளார். நீங்கள் இதை உணர்ந்தால் இம்மதத்தை ஏற்றுக் கொள்ளுங்கள்; உங்களுடைய பகுத்தறிவுக்கு ஏற்புடையதாக இருந்தால், நீங்கள் இதை ஏற்றுக் கொள்ளுங்கள் என்றார். இத்தகைய பெருந்தன்மை எந்த மதத்திலும் இல்லை.

பவுத்தத்தின் உண்மையான அடித்தளம் என்ன? புத்தரின் மதத்திற்கும் பிற மதத்திற்கும் எண்ணற்ற வேறுபாடுகள் உள்ளன. பிற மதங்களில் எந்த மாற்றங்களும் ஏற்றுக் கொள்ளப்பட மாட்டாது. ஏனெனில், அம்மதங்கள் எல்லாம் மனிதனுக்கும் கடவுளுக்குமான உறவை சொல்லுகின்றன. இயற்கையை உருவாக்கியது கடவுள்தான் என்று பிற மதங்கள் கூறுகின்றன. வானம், காற்று, நிலவு, சூரியன் என அனைத்தையும் கடவுளே உருவாக்கியதாக அவை கூறுகின்றன. நாம் எதையும் செய்யத் தேவையில்லாத வகையில் கடவுளே எல்லாவற்றையும் செய்துவிட்டார். எனவே, நாம் கடவுளை வணங்க வேண்டும்.

கிறித்துவ மதத்தின்படி, இறந்த பிறகு தீர்ப்பு சொல்லும் நாள் வரும். அந்தத்தீர்ப்பைப் பொறுத்து தான் எல்லாம் அமையும்.

பவுத்த மதத்தில் கடவுளுக்கும், ஆத்மாவுக்கும் இடமில்லை. புத்தர் சொன்னார்: உலகம் முழுவதும் துன்பம் நிறைந்துள்ளது.90 சதவிகித மக்கள் துன்புறுகின்றனர். ஒடுக்கப்பட்ட ஏழை மக்களை துன்பத்திலிருந்து விடுதலை செய்வதற்கு முக்கிய காரணியாக பவுத்த மதம் இருக்கிறது. புத்தர் சொன்னதைவிட காரல் மார்க்ஸ் வேறு என்ன சொல்லியிருக்கிறார்? புத்தர் எதையும் சுற்றி வளைத்துச் சொல்லவில்லை. சகோதரர்களே! நான் சொல்ல விரும்பியவற்றை எல்லாம் சொல்லிவிட்டேன். அனைத்து வகையிலும் பவுத்த மதமே முழுமையானது. இந்து மதத்தத்துவத்தின்படி நீங்கள் புத்துணர்வை உருவாக்கமுடியாது. ஆயிரக்கணக்கான ஆண்டுகளாக இன்றுவரை ஒரு பட்டதாரியையோ, படித்தவரையோகூட இந்த சமூகம் உருவாக்கவில்லை.

மாரத்தா என்ற ஒரு பெண்மணி எங்களுடைய பள்ளியில் பெருக்குவார். அவர் என்னைத் தொட்டதில்லை. என்னுடைய தாய் மூத்தவர்களை மாமா என்று அழைக்கும்படி சொன்னார். நான் அஞ்சல்காரரை மாமா என்று அழைத்தேன். நான் குழந்தையாக இருந்தபோது பள்ளியில் தாகத்தால் தவித்தபோது என்னுடைய ஆசிரியரிடம் கூறினேன். அந்த ஆசிரியர் கடைநிலை ஊழியரை அழைத்து என்னைப் பாதுகாப்பாக குழாயின் அருகில் அழைத்துச் செல்லும்படி கட்டளையிட்டார். நாங்கள் குழாய் அருகில் சென்றோம். அந்த உதவியாளர் குழாயைத் திறந்தார். நான் தண்ணீர் குடித்தேன்.

பள்ளிக்கூடங்களில் பொதுவாக எனக்கு தண்ணீர் கிடைப்பதில்லை. பிற்காலத்தில் மாவட்ட நீதிபதியாக பணியாற்றும் வாய்ப்பு கிடைத்தது. ஆனால், நான் அந்தப் பணியில் சேர விரும்பவில்லை. நான் அந்த வேலையில் இருந்தால், என்னுடைய சகோதரர்களை இந்த மாபெரும் பணிக்கு அழைத்துவர முடியாமல் போய்விடும்.

ஒரு தனி மனிதனாகப் பார்த்தால், இந்த நாட்டில் என்னால் முடியாதது என்று எதுவும் இல்லை. ஆனால், உங்கள் தலைமேல் உள்ள வைசியர், சத்ரியர் மற்றும் பார்ப்பனரை எப்படி கீழே வீழ்த்துவது என்பதுதான் என் முன் உள்ள மிகப் பெரிய கேள்வி. எனவே, இம்மதத்தின் கொள்கைகளை உங்களுக்குச் சொல்லுவது என்னுடைய கடமை. நான் எழுதக்

கூடிய புத்தகங்கள் மூலம் உங்களுடைய அனைத்து வகை சந்தேகங்களையும் தயக்கங்களையும் போக்கி விடுவேன்.

எனவே, அது வரையிலாவது என் மீது நம்பிக்கை வையுங்கள். உங்களுடைய நடவடிக்கை, மற்ற மக்கள் உங்கள் மீது மரியாதை வைக்கும்படி இருக்க வேண்டும். நம் கழுத்தில் ஏதோ கடிவாளம் போட்டதாக நீங்கள் இம்மதத்தை நினைக்க வேண்டாம். பவுத்த மதத்தை சிறப்பான முறையில் பின்பற்ற முடிவெடுப்போம். மகர் மக்கள் புத்த மதத்தை இழிவுபடுத்திவிட்டார்கள் என்று பெயர் எடுக்காத வண்ணம் நாம் உறுதியுடன் செயல்படுவோம். இதை நாம் நிறைவேற்றிவிட்டால், இந்த நாட்டை, ஏன் இந்த உலகையே நாம் ஆட்கொள்வோம். ஏனெனில், பவுத்த மதமே உலகைக் காப்பாற்றும். நீதியற்ற உலகில் அமைதி நிலவ முடியாது.

நாம் தேர்ந்தெடுத்துள்ள இந்தப் புதிய பாதை முழுக்க முழுக்க பொறுப்புகளையுடையது. இளைஞர்கள் நாம் மனதில் வைத்து மேற்கொண்ட சில தீர்மானங்களை செயல்பட வேண்டும். அவர்கள் சுயநலவாதிகளாக மாறிவிடக் கூடாது. நம்முடைய வருமானத்தில் இருபதில் ஒரு பகுதியையாவது நாம் அளிக்க முன் வர வேண்டும். நான் உங்கள் அனைவரையும் என்னுடன் அழைத்துச் செல்ல விரும்பு கிறேன். இந்த மதத்தைப் (பவுத்தம்) பரப்புங்கள்.

நன்றி: தலித்முரசு

15.10.1956 அன்று நடைபெற்ற மாபெரும் மதமாற்ற நிகழ்வையொட்டி புரட்சியாளர் அம்பேத்கர் ஆற்றிய உரையானது, தலித்முரசு இதழில் 2006 ஆண்டு அக்டோபர், நவம்பர், டிசம்பர் மற்றும் 2007 ஆம் ஆண்டு ஜனவரி, பிப்ரவரி, மார்ச் ஆகிய மாதங்களில் வெளியானது. அந்தக் கட்டுரைகளின் தொகுப்பே இந்நூல்.

★

திராவிடர் இயக்கப் புரட்சி!

(டாக்டர் அம்பேத்கர் கைப்பட எழுதிய 31 பக்க கட்டுரை இது. இந்த அத்தியாயத்திற்கு தலைப்பு இல்லை. கட்டுரை முற்றுப் பெறவில்லை. தலைப்பு பெரியார் தி.க வெளியீட்டுக் குழு)

மனுவின் திட்டத்தின்படி சதுர்வர்ணத்திற்கு உள்ளே உள்ளவர்கள், சதுர்வர்ணத்திற்கு வெளியே உள்ளவர்கள் என இரண்டு முக்கியமான சமூகப் பிரிவுகள் உள்ளன என்பது வாசகர்களுக்குத் தெரிந்திருக்கும். இன்றைய தீண்டப்படாதவர்கள் சதுர்வர்ணத்திற்கு வெளியே உள்ளவர்களின் நகல்கள்தான். சதுர்வர்ணத்திற்கு உட்பட்டவர்கள் வெளியே உள்ளவர்களுக்கு நேர்மையானவர்கள், அவர்களை பிராமணர்கள், சத்திரியர்கள், வைசியர்கள் மற்றும் சூத்திரர்கள் என்ற நான்கு வேறுபட்ட வகுப்பினரைக் கொண்ட ஒரு கூட்டு அமைப்பு எனலாம்.

சமுதாயச் சிந்தனையைவிட வகுப்பைப் பற்றிய எண்ணமே மேலோங்கி ஆட்சி செலுத்தும் ஓர் அமைப்பு இந்து சமுதாய அமைப்பு. அது, வகுப்பினர்களிடையே சமத்துவமின்மையை அடிப்படையாக கொண்டது. எனவே தனி மனிதர்களுக்கிடையே ஏற்றத்தாழ்வை அடிப்படையாகக் கொண்டது. தெளிவாகச் சொல்வதென்றால், பிராமணர்கள், சத்திரியர்கள், வைசியர்கள், சூத்திரர்கள் மற்றும் அந்நியஜாஸ் (தீண்டப்படாதவர்கள்) எல்லோரும் சமநிலையில் அதாவது ஒரே மட்டத்தில் உள்ளவர்களாக இல்லை. அவர்கள் படிநிலையில் அதாவது ஒருவரைவிட ஒருவர் உயர்வான நிலையில் இருக்கிறார்கள். இந்தக் கூற்றை எந்த இந்துவும் மறுக்க மாட்டார். ஒவ்வொரு இந்துவுக்கும் இது நன்கு புரியும். இதைப்பற்றி ஏதாவது ஐயம் கொள்பவராக யாராவது இருப்பாராகில், அவர் வெளிநாட்டவராகத்தான் இருக்க முடியும். ஆனால், வெளிநாட்டவருக்கு ஏற்படும் ஐயப்பாடு

இந்து சமூகத்தின் தலைமைச் சிற்பியான மனுவின் சட்டத்தைப் புரட்டி பார்த்தால் கரைந்துபோகும். அந்தச் சட்டங்களின் அடிப்படையில்தான் இந்து சமூகமே கட்டப் பட்டுள்ளது. அவர்கள் எளிதில் புரிந்து கொள்வதற்காக, இந்து சமூகம் ஏற்றத்தாழ்வுக் கோட்பாட்டின் அடிப்படையில்தான் கட்டப்பட்டுள்ளது என்பதை நிருபிக்க, மனு ஸ்மிருதியிலிருந்து தேவையான வாசகங்களை எடுத்தெழுதுகிறேன்.

மனு ஸ்மிருதியில் மனுவால் விதிக்கப்பட்டுள்ள ஏற்றத் தாழ்வுநிலை, வரலாற்று முக்கியத்துவம் மட்டுமே உள்ள ஒரு நிகழ்வு என்று வாதிடக்கூடும். அது பழைய வரலாறு, மற்றும் இன்றைய இந்துக்களின் வாழ்க்கையின் நடைமுறையில், அதற்கு எவ்வித தொடர்புமில்லை என்றும் கூறலாம். இதை விட பெரும் தவறு வேறு ஏதும் இருக்க முடியாது என்று கருதுகிறேன்.

மனு நியதி என்பது கடந்தகால நடைமுறை அல்ல. தற்காலத்தின் இறந்தகாலத்தைவிட அது அதிகமெய்யானது. அது 'வாழ்ந்துவரும் கடந்தகாலம்'. எனவே நிகழ்காலத்தையும் போலவும் அது ஓர் உண்மையான நிகழ்கால விசயந்தான்.

மனு நிர்ணயித்திருக்கிற ஏற்றத்தாழ்வு கோட்பாடு ஆங்கிலேயர் இந்தியா வருவதற்கு முன்பே இந்த நாட்டின் சட்டமாக இருந்தது என்பது பல வெளிநாட்டவருக்கு தெரியாமலிருக்கலாம். இதுதான் உண்மையான நிலை என்பதை சில விபரக் குறிப்புகளே தெளிவாகக் காட்டும்.

மராட்டியர்கள் மற்றும் பேஷ்வாக்களின் ஆட்சியின் போது, பேஷ்வாக்களின் தலைநகராக இருந்த புனா நகரத்திற்குள் மாலை 3 மணியிலிருந்து காலை 9 மணிவரை தீண்டப் ஏனெனில், படாதவர்கள் அனுமதிக்கப்படவில்லை. ஒன்பதுக்கு முன்பும் மூன்றுக்கு பிற்கும் அவர்களுடைய உடல்கள் நீண்ட நிழல்களை ஏற்படுத்தியதே காரணம். இந்த நீண்ட நிழல்கள் பார்ப்பனர்கள் மீது பட்டுவிட்டால் அவர் குளித்து தனது தீட்டை போக்கிய பிறகே உணவு அருந்தவோ, தண்ணீர் குடிக்கவோ முடியும். இதே போன்று மதில் சுவரால் அரண் செய்யப்பட்ட நகரங்களுக்குள் தீண்டப்படாதவர்கள் அனுமதிக்கப்படவில்லை. கன்றும், காலிகளும், நாய்களும் சுதந்திரமாக நகருக்குள் நுழைய அனுமதிக்கப்பட்டாலும் தீண்டப்படாதவர்கள் அனுமதிக்கப்படுவதில்லை.

மராட்டியர்கள் மற்றும் பேஷ்வாக்களின் சட்டப்படி தீண்டப்படாதவர்கள், தரையில் எச்சில் துப்புவதற்கு அனுமதிக்கப்படவில்லை. அவர்கள் எச்சிலை ஓர் இந்து மிதித்தால் அவர் தீட்டுக்குள்ளாகக்கூடும். எனவே எச்சிலை துப்புவதற்காக தீண்டப்படாதவர் தன் கழுத்தில் ஒரு பானையை கட்டிச் செல்ல வேண்டுமென்ற விதி இருந்தது. தனது காலடி தடத்தை அழித்துவிட ஒரு புதர்ச் செடியை இழுத்துச் செல்ல வேண்டுமென்றும் இருந்தது. ஒரு பார்ப்பனன் வருவது தெரிந்தால் தீண்டப்படாதவன் தரையில் குப்புறப்படுத்து தனது நிழல் பார்ப்பனன் மீது விழுவதை தவிர்க்க வேண்டுமென்ற நிலையும் இருந்தது.

ஒருவன் தாழ்த்தப்பட்டவன் என்பதை தெரிந்து கொள்ளும் பொருட்டு அவன் கழுத்தைச் சுற்றியோ, இடுப்பைச் சுற்றியோ கறுப்புக் கயிறு அணிய வேண்டுமென்ற விதி மகாராஷ்டிராவில் நிலவி வந்தது.

குஜராத்தில், தீண்டப்படாதவர்கள் தங்களை வேறுபடுத்திக் காட்டும் சின்னமாக, ஒரு கொம்பை அணிய வேண்டுமென்ற கட்டாயம் இருந்தது.

பஞ்சாபில் ஒரு தெருக் கூட்டுபவன் தெருவில் நடந்து செல்லும் போது தான் ஒரு துப்புரவு பணியாளன் என்பதை வெளியார் அறிந்து கொள்ள தனது அக்குளில் ஒரு துடைப் பத்தை வைத்திருக்க வேண்டும்.

பம்பாயில் தீண்டப்படாதவர்கள் தூய்மையான துணி களை உடுத்த அனுமதிக்கப்பட வில்லை. கந்தல் துணிகளையே உடுத்த வேண்டும். தீண்டப்படாதவர்களுக்குத் துணிகள் விற்கும் போது, அந்தத் துணிகளை கந்தலாக்கியும், அழுக்கடையச் செய்தும் விற்பதில் கடைக்காரர்கள் கவனமாக இருந்தார்கள்.

மலபாரில் தீண்டப்படாதவர்கள் ஒரு மாடிக்கு அதிகமான வீடுகள் கட்ட அனுமதிக்கப்படவில்லை.

இறந்தவர்களை எரியூட்டவும் அனுமதிக்கப்படவில்லை.

குடை எடுத்துச் செல்லவும், காலணிகளை அணியவும், நகைகள் அணியவும், பசுக்களிடமிருந்து பால் கறக்கவும், நாட்டில் இயல்பாக புழங்கும் மொழியை பயன்படுத்தவும் மலபாரிலுள்ள தீண்டப்படாதவர்கள் அனுமதிக்கப்படவில்லை.

தென் இந்தியாவில் தீண்டப்படாதவர்கள் இடுப்பிற்கு மேலே எந்த துணியும் அணியக் கூடாது என்று திட்ட வட்டமான விதியிருந்தது. தீண்டப்படாத பெண்மக்களும் உடலின் மேற்பகுதியை மூட அனுமதிக்கப்படவில்லை.

பம்பாய் மாகாணத்தில் சோனார்கள் (பொற்கொல்லர்கள்) தங்கள் வேட்டியை தார்பாய்ச்சி உடுத்திக் கொள்ள அனுமதிக்கப்படவில்லை.

ஒருவருக்கு வணக்கம் தெரிவிக்கையில் 'நமஸ்காரம்' என்ற சொல் பயன்படுத்த அவர்களுக்கு அனுமதி அளிக்கப்படவில்லை.

மராட்டியர்களின் ஆட்சியில் பார்ப்பனர்களைத் தவிர மற்றவர்கள் வேத மந்திரங்களை உச்சரித்தால் நாக்கை வெட்டிவிடும் தண்டனை வழக்கத்தில் இருந்ததால் சட்டத்தை மீறி வேதத்தை உச்சரிக்க துணிச்சலுக்காக பேஷ்வாவின் ஆணையினால் பல சோனார்களின் நாக்குகள் வெட்டப்பட்டதாக அறிகிறோம்.

இந்தியா முழுவதும் பார்ப்பனர்களுக்குத் தூக்கு தண்டனை கொலையிலிருந்து விலக்கு அளிக்கப்பட்டிருந்தது. அவன் ஒரு செய்திருந்தாலும் தூக்குத் தண்டனை அளிக்க முடியாது.

பேஷ்வாக்களின் ஆட்சியில் குற்றவாளிக்கு அவர்களின் சாதியின் அடிப்படையில் தண்டனை வழங்கப்பட்டது. தீண்டப்படாதவர்களுக்கு எப்பொழுதும் மரண தண்டனையும், கடின உழைப்பும் தண்டனையாக அளிக்கப்பட்டு வந்தன.

பேஷ்வாக்களின் ஆட்சியில் பார்ப்பன எழுத்தர்கள் வாங்கும் பண்டங்களுக்கு சில வரிகளிலிருந்து விலக்கு அளிக்கப்பட்டது. அவர்களுக்கு இறக்குமதி செய்யப் பட்ட தானியங்களை ஓடங்களில் கொண்டுவருவதற்கு கூலி கிடையாது. பார்ப்பன நிலக்கிழார்களின் நிலங்களுக்கு மற்ற வகுப்பினர்கள் செலுத்தவேண்டிய வரியைவிடக் குறைவாகவே விதிக்கப்பட்டுள்ளது. வங்காளத்தில் நிலத்திற்கான குத்தகை அதை அனுபவிப்பவரின் சாதியைப் பொறுத்திருந்தது. தீண்டப்படாதவர் அதிகமான குத்தகை கொடுக்க வேண்டியிருந்தது.

கிருத்து பிறப்பதற்கு சில ஆண்டுகளுக்கு முன்போ, அல்லது சில ஆண்டுகளுக்கு பின்போ மனு பிறந்திருந்தாலும் இந்த

விவரங்கள் அவர் இன்னும் மடிந்துவிடவில்லை என்பதைத் தெளிவாகக் காட்டுகிறது. இந்து அரசர்கள் ஆட்சியில் இருந்தபோது இந்துக்களுக்கும் - இந்துக்களுக்கும் இடையே, தீண்டப்படாதவர்கள் மற்றும் தீண்டத்தக்கவர்களுக்கும் இடையேயான உறவுகள் மனுவின் சட்டப்படி தீர்மானிக்கப்பட்டன. அந்தச் சட்டம் வெளிப்படையாகவே ஏற்றத்தாழ்வின் அடிப்படையில்தான் அமைந்து இருந்தது.

இதைத்தான் மனுதர்மம் எடுத்துரைக்கிறது. அது மானவ தர்மம் என்று அழைக்கப்படுகிறது. அதனுடைய உள்ளார்ந்த சிறப்பினால் எல்லாக் காலத்திலும், எல்லா இடங்களிலும், எல்லா மக்களுக்கும் அது பொருத்தமானது என்று கருதப்படுகிறது. இந்தியாவுக்கு வெளியே அது வழக்கத்தில் இல்லாதது ஒரு சாபமா அல்லது வரமா என்பதை நான் ஆராயப்போவதில்லை. இந்த மானவ தர்மத்தின்படி பார்ப்பனர்களுக்கு எல்லாச் சலுகைகளும் அளிக்கப்படுவதுடன் சூத்திரர்களுக்கு மனிதப் பிறவி என்ற உரிமைகூட வழங்கப்படவில்லை. பார்ப்பனன் அவனது உயர்ந்த பிறவியின் காரணத்தினால் மட்டுமே, மற்ற எல்லோரையும் விட எல்லா விசயத்திலும் உயர்ந்தவனாக கருதப்படுகிறான். சூத்திரன் எல்லோருக்கும் கடைசியில் தள்ளப்பட்டதுடன், அவனுடைய மதிப்பு எவ்வளவு உயர்ந்ததாக இருந்தாலும் அவனுக்கு எந்த சமூக அந்தஸ்தும் கிடையாது.

இந்த மானவ தர்மத்தின் வெட்கம்கெட்ட தன்மையையும், இழிவையும் அம்பலப்படுத்துவதற்கு அதைத் தலைகீழாக திருப்பிக் காட்டுவதை தவிர வேறு சிறந்த வழியில்லை.

இப்பணியை கல்வியாளரும், அரசியல்வாதியும், சமூக சீர்திருத்தவாதியுமான டாக்டர். ஆர்.பி.பராஞ்பேயை விட வேறு யாரும் சிறப்பாகச் செய்து விடவில்லை எனத் துணிந்து கூறலாம். இது குறித்து அவர் தெரிவித்துள்ள கருத்துகளை முழுவதுமாக அளிப்பதில் மிக்க மன நிறைவு பெறுகிறேன்.

★

எதிர்காலத்தைப் பற்றிய ஒரு பார்வை...

பம்பாய், சென்னை ராஜதானி மற்றும் மத்திய மாகாணங்களில் ஆட்சி புரிந்து வரும் பார்ப்பனர்கள் அல்லாத கட்சிகளுக்கு எதிராக எழுதப்பட்டது இந்தக் கட்டுரை.

அரசு பணிகளில் ஒரு குறிப்பிட்ட சாதியினருக்கு, வகுப்பினருக்கு மட்டும் ஏகபோகம் இருக்கக் கூடாது என்ற தெளிவான குறிக்கோளின் அடிப்படையில்தான் பார்ப்பனரல்லாதோரின் கட்சி தொடங்கப்பட்டன. இந்தியாவில் எல்லா மாகாணங்களிலும் சமஸ்தானத்தில் எல்லாத்துறைகளிலும், அரசுப் பணிகளில் அனேகமாக பார்ப்பனர்களின் ஆதிக்கமே முற்றிலும் ஏகபோகமாக இருந்தது. வகுப்புவாரி பிரதிநிதுத்துவம் என்று அறியப்பட்ட கொள்கையைப் பார்ப்பனரல்லாத கட்சியினர் முன்வைத்தனர்.

அதாவது குறைந்த தகுதியுடையவர்களை அரசுப்பணிகளில் அமர்த்தும்போது பார்ப்பன வகுப்பைச் சேர்ந்தவர்களைவிட பார்ப்பனர் அல்லாதவருக்கே முன்னுரிமை அளிக்கப்பட வேண்டுமென்ற கோட்பாடுதான் அது. இந்தக் கொள்கையில் எந்தவித தவறும் இருப்பதாக எனக்குத் தெரியவில்லை. ஒரு தனிப்பட்ட வகுப்பினரின் கைப்பிடியில், அந்த வகுப்பினர் எவ்வளவுதான் அறிவாளிகளாக இருந்தாலும், ஒரு நாட்டின் நிர்வாகத்தையே கொடுப்பது ஐயத்திற்கிடமின்றி தவறு என்றே கூறலாம்.

ஒரு நல்ல அரசு ஒரு திறமையான அரசை விடச் சிறந்தது என்ற கருத்தை பார்ப்பனர்கள் அல்லாதவர்களின் கட்சி கொண்டிருந்தது. இது சட்டமன்றத்துக்கும், ஆட்சித் துறைக்கும் மட்டுமே உரித்தான கொள்கையாக இருந்துவிடக் கூடாது.

மாறாக, அது நிர்வாக விசயங்களிலும் நடைமுறைப்படுத்தப்பட வேண்டும். நிர்வாகத்தின் மூலமே ஓர் அரசு மக்களுடன் நேரடித் தொடர்பு கொள்கிறது. எந்த ஒரு நிர்வாகமும் அனுதாபத்துடன் செயல்படாவிட்டால் நன்மை களைச் செய்ய முடியாது. பார்ப்பனர்கள் மட்டுமே நிர்வாகத்தில் இருந்தால் அந்த நிர்வாகம் அனைவரிடமும் அனுதாபத்துடன் செயல்பட முடியாது.

மற்ற பொதுமக்களைவிட தன்னை மேன்மையாக கருதுபவன் ஒரு பார்ப்பனன்; மற்றவர்களைத் தாழ்ந்த சாதியினர், சூத்திரர்கள் என்று இகழ்பவன், அவர்களுடைய விருப்பங்களுக்கு எதிராக செயல்பட்டு, இயற்கையிலேயே தன் வகுப்பினருக்கு சாதகமாக செயல்படுபவன். மக்களின் மீது அக்கறையில்லாததால் ஊழலுக்கு பலியாகிறவனாக இருக்கும் இப்படிப்பட்ட ஒரு பார்ப்பனன் எப்படிச் சிறந்த நிர்வாகியாக இருக்க முடியும்? மற்ற எந்த அன்னியர்களையும் போலவே அவனும் இந்திய பொதுமக்களுக்கு அன்னியனே.

இதற்கு மாறாக, சுத்த சுயம்புவான திறமையே எல்லாம் என்ற நிலையை பார்ப்பனர்கள் எடுக்கிறார்கள். கல்வியில் அவர்கள் முன்னணியில் இருப்பதன் காரணத்தால் இந்தத் துருப்புச் சீட்டைத்தான் வெற்றிகரமாகப் பயன்படுத்த முடியும் என்பது அவர்களுக்கு தெரியும். திறமை மட்டுமே அளவு கோலாக இருந்தால், அரசுப் பணிகளை இந்த அளவுக்கு ஏகபோகமாக வைத்திருக்க அவர்களுக்கு வாய்ப்பு கிடைத்திருக்குமா என்பது ஐயமே என்பதை அவர்கள் மறந்துவிடுகிறார்கள்.

திறமைதான் எல்லாவற்றையும்விட முக்கியமானதென்றால் ஒரு ஆங்கிலேயரையோ, பிரெஞ்சு, ஜெர்மன் அல்லது துருக்கி நாட்டவரையே, வேலைக்கு அமர்த்துவதில் எந்த தவறும் இருக்க முடியாது.

இது இப்படியென்றால் பிராமணரல்லாத கட்சியினர், திறமை மட்டுமே எல்லாம் என்று மூடத்தனமாக அதை பின்பற்றக் கூடாது, அரசுப்பணிகளில் வகுப்புவாரி பிரதிநிதித்துவம் புகுத்தப்பட வேண்டும், நிர்வாகத்தில் எல்லா வகுப்பினரின், பிரிவினரின் கூட்டமைப்பு இருந்தால்தான் அது நல்ல நிர்வாகமாக அமையுமென்று அவர்கள் பதவியில் இருந்த

பொழுது எண்ணினர். நிர்வாகத்தில் பார்ப்பனர்களின் ஆதிக்கத்தை நீக்கும் ஆர்வத்தில், இந்தக் கொள்கையை அமலுக்குக் கொண்டுவருவதில், அரசுப் பணிகளில் பார்ப்பனர்கள் மற்றும் பார்ப்பனர் அல்லதாவர்களிடையே ஒரு சமநிலை ஏற்படுத்தும் முயற்சியில் குறைந்த அளவு திறமை என்ற வரையறைக்கு தங்களை உட்படுத்திக் கொண்டதை அவர்கள் மறந்துவிடுகிறார்கள். ஆனால், தங்களுக்கு வழிகாட்டியாக அவர்கள் மேற்கொண்ட கொள்கை பொதுமக்களின் நன்மைக்கு உகந்ததல்ல என்று இதற்கு பொருளல்ல.

இந்த கொள்கை பார்ப்பனர்களை பெரும் சினத்திற்குள்ளாக்கியது. அவர்கள் சினத்தின் உச்சியில் இருந்தனர். பார்ப்பனர்கள் அல்லாத கட்சியினரின் கொள்கையை பற்றி டாக்டர் பரஞ்சிபே ஒரு மிகச் சிறந்த நையாண்டி சித்திரத்தை வெளியிட்டார். பார்ப்பனர் அல்லாத கட்சியினரின் கொள்கைகளை அது கடுமையாக நையாண்டி செய்கிறது. அது வெளிவந்தபோது பல பார்ப்பனரல்லாத தலைவர்கள் சினமுற்றதுடன் மௌனமாகிப் போயினர். டாக்டர் பரஞ்சிபே மீது எனது குற்றச்சாட்டு அதிலுள்ள நகைச்சுவையை அவர் பார்க்க மறுத்ததுதான்.

பார்ப்பனரல்லாத கட்சி புதியதாக ஒன்றும் செய்துவிடவில்லை. மனு ஸ்மிருதியை தலைகீழாக மாற்றினர், அதை தங்களுக்குச் சாதகமாக ஆக்கிக் கொண்டனர். மனு சூத்திரர்களுக்கு எந்த இடத்தை கொடுத்தாரோ அந்த இடத்தை பார்ப்பனர்களுக்கு கொடுத்தார்கள். ஒருவன் பார்ப்பனன் என்பதற்காக மனு அவனுக்கு சலுகைகள் அளிக்கவில்லையா? சூத்திரர்கள் உரிமைகள் பெற தகுதி பெற்றிருந்தும் மனு அந்த உரிமைகளை மறுக்கவில்லையா? இப்பொழுது சூத்திரர்கள் என்பதற்காகவே சில சலுகைகள் அளித்தால் அதைப் பற்றி குறை கூற முடியுமா?

அது அபத்தமாக தோன்றலாம். ஆனால், இந்த விதிக்கு முன்னுதாரணங்கள் இல்லாமலில்லை. மனு ஸ்மிருதி தான் அந்த எடுத்துக்காட்டு. பார்ப்பனர்கள் அல்லாத கட்சியின் மீது யார் கல்லெறிய முடியும். பார்ப்பனர்கள் பாவம் செய்யாமலிருந்தால் அவர்களால் முடியும். ஆனால், மனு ஸ்மிருதியை உயர்த்தி பிடிக்கும், வணங்கிப் போற்றும் அவர்கள் பாவிகள் இல்லையென்று சொல்ல முடியுமா?

மானவ தர்மத்தின் ஏற்றத் தாழ்வுக் கொள்கைக்கு ஒரு சிறந்த சவுக்கடிதான் டாக்டர் பரஞ்சிபேயின் இந்தக் கட்டுரை. ஒரு சூத்திரனின் நிலையில் ஒரு பார்ப்பனனை வைத்தால் அவன் எப்படி அதை எதிர்கொள்வான் என்பதை இதைவிட எதுவும் படம் பிடித்துக் காட்ட முடியாது.

இந்துக்கள் மட்டுந்தான் ஏற்றத்தாழ்வுக் கொள்கைகளை கொண்டிருந்தனர் என்று கூறமுடியாது. மற்ற இடங்களிலும் இது நிலவியிருந்தது. இதுதான் சமுதாயத்தை உயர்ந்தவர்கள் தாழ்ந்தவர்கள் என்றும் சுந்திரமானவர்கள், அடிமைகள் என்றும் பிளவுபடுத்தியது.

ஆதாரங்கள்

1. டாக்டர் மர்ரே மிச்சல் இந்தியாவின் முக்கிய மதங்கள், பக்கம் 63
2. பம்பாய் கெஜட்டீர் (அரசிதழ்), தொகுதி IX, பக்கம் 175
3. என்.சி.ஆர் மற்றும் இ தொகுதி IX, பக்கம் 636 (பி)
4. பஞ்சாப் குடிமதிப்புப் புள்ளிவிவரத் தொகுதி, 1911, பக்கம், 413.
5. பட்டாச்சார்யா - பக்கம் 259.
6. சென்னை மக்கட் தொகைக் கணக்கெடுப்பு 1891, பக்கம் 299.
7. பட்டாச்சார்யா - இந்து சாதிகள், பக்கம் 259.
8. சென்னை மக்கட் தொகைக் கணக்கெடுப்பு 1891, பக்கம் 224.
9. இந்த மாதிரி வேட்டி கட்டுவது பார்ப்பனர்களுக்கு மட்டுமே உரித்ததாக இருந்தது. சூத்திரர்கள் மடிப்பில்லாமல் வேட்டி கட்டினார்கள்.
10. மனுதருமம் நாட்டின் சட்டமாக இருந்ததா, இல்லையா என்பதை சிறப்பாக விளக்கும் இந்தக் கடிதம் வாசகர்களுக்குச் சுவையாக இருக்கும்.

தமுல்செட் டிரிம்பக்செட்டுக்கு,

பொற்கொல்லர்களின் சாதித் தலைவருக்கு,

"மேல் சபையின் மாண்புமிகு தலைவர் பொற் கொல்லர்கள் 'நமஸ்காரம்' என்று வணக்கத்தைத் தெரிவிப்பதைத் தடைசெய்ய வேண்டும் என்று கருதுவதால், இந்த உத்தரவையும், தீர்மானத்தையும் அந்தச் சாதியினர் முழுவதுக்கும் அறிவிக்கவும். அது கண்டிப்பாக பின்பற்றப்படுவதை கண்காணிக்கவும். இவ்வாறு உங்களுக்கு உத்தரவிடப்பட்டுள்ளது.

பம்பாய் மாளிகை
8 ஆகஸ்ட் 1779

உத்தரவுப்படி,
(ஒப்பம்)டபிள்யூ,பேஜ்
அரசு செயலாளர்

அரசுத் தீர்மானம்

வணக்கத்தை தெரிவிக்கும் முறையில் ஒன்றான 'நமஸ்காரம்' என்பதைப் பொற்கொல்லர்கள் பயன்படுத்துவது தவறு என்று பார்ப்பனர்கள் தெரிவிப்பதுடன், பொற்கொல்லர்களுக்கு இதற்கு உரிமை இல்லை என்றும், இது இந்து மத உரிமைகளின் மீறல் என்றும், இதன்மூலம் அவர்கள் புனிதத் தன்மையை கெடுக்கிறார்கள் என்றும் பார்ப்பனர்கள் பலமுறை புகார் அளித்துள்ளனர்.

பொற்கொல்லர்கள் 'நமஸ்காரம்' என்று வணக்கம் சொல்லும் முறையைத் தடை செய்ய வேண்டும் என்று பேஷ்வாவும் தலைவருக்கு எழுதியுள்ளார்.

இந்த இரண்டு சாதிகளுக்கும் இடையேயான தகராறைத் தீர்க்க வேண்டும் என்ற முடிவுடன், பார்ப்பனர்களின் புகாரில் காரணம் இருப்பதாக தெரிவதால் பொற்கொல்லர்கள் 'நமஸ்காரம்' என்பதை பயன்படுத்தக்கூடாது என்று அறிவிக்கப்படுகிறது. கம்பெனியின் நலனை பாதிக்கக்கூடிய விசயம் இது இல்லை என்பதால் நம்முடைய தீர்மானத்தை அறிமுகப்படுத்த விரும்பும் பேஷ்வாவுக்குத் தலைவரின் வாழ்த்துகளின் அடிக்குறிப்பாக இதைக் கொடுக்கவும்."

ஜி.பி.பாரெஸ்டு, மவுண்ட் ஸ்டூவர்டு எல்பின்ஸ்டனின் அதிகாரப்பூர்வமான கட்டுரை.

★